쉽게 배우는 베트남어
HỌC TIẾNG VIỆT THẬT DỄ 02

***

Copyright © 2022 by CHÂU THÙY TRANG
All rights reserved.

© Bản quyền thuộc về CHÂU THÙY TRANG, 2022.
Bất cứ hình thức sao chép nào không được
sự đồng ý của tác giả CHÂU THÙY TRANG đều là bất hợp pháp
và vi phạm Luật Xuất bản Việt Nam,
Luật Bản quyền Quốc tế và Công ước Bảo hộ
Bản quyền Sở hữu trí tuệ Berne.

머리말

"쉽게 배우는 베트남어"를 펴내며

저는 한국언어와 한국 문화에 대해서 많은 관심을 가지게 된 주희정이라고 합니다. 한국인을 대상으로 베트남어 강의 활동을 하다가 우연히 어린이들에게 베트남어를 가르치게 되었습니다. 어린이들을 대상으로 베트남어를 가르치다 보니 '아~ 이제 다문화 학생들도 엄마의 모국어에 대한 관심이 점점 많아지고 있구나'라고 생각하게 되었습니다. 하지만 어린이를 위한 베트남어 책이 많지 않아서 이 책을 쓰게 되었습니다.

이 책으로 학생들이 쉽게 짧은 베트남어 문장을 만들수 있고 실생활에서 잘 사용하는 어휘와 문법을 활용함으로써 듣기 - 말하기를 연습할 수 있습니다. 뿐만 아니라 이 책에는 단어를 쉽게 이해할 수 있도록 그림으로 다양하게 표현되어있고 그림을 활용해서 복습할 수 있는 문제도 제시되어 있습니다.

어린이들이나 어른들 누구나 쉽게 베트남어를 배울 수 있을 것 입니다. 베트남어는 성조가 있어서 어렵다고 생각하지만 기본적인 단계를 완성하면 다음 단계부터 그렇게 어렵지는 않습니다.

여러분 노력하는 만큼 꼭 좋은 결과를 얻을 수 있을 거라 믿습니다.

목차

Bài 1 : Hỏi tên 10
Bài 2 : Hỏi tuổi 12
Bài 3 : Chào hỏi 15
Bài 4 : Đây là cái gì? 18
Bài 5 : Con đã đánh răng 21
Bài 6 : Bạn đã làm bài tập chưa? 23
Bài 7 : Ngày mai bạn sẽ làm gì? 26
Bài 8 : Anh đang làm gì vậy? 29
Bài 9 : Dậy đi con 33
Bài 10 : Tập Đọc 37
Bài 11 : Mình cũng đói bụng 41
Bài 12 : Mình muốn đi mua đồ chơi 43
Bài 13 : Jinho có nhiều truyện tranh 47
Bài 14 : Con gấu bông này bao nhiêu tiền? 50
Bài 15 : Minh Thu ơi, tới giờ thức dậy rồi 53
Bài 16 : Anh có thể đi xe đạp 56
Bài 17 : Tôi định nấu món Việt 61
Bài 18 : Bạn biết ăn món cay không? 64
Bài 19 : 명사 + ấy 67
Bài 20 : Tập Đọc 70

목차

Bài 21 : Trời lạnh quá! ... 75
Bài 22 : Con rùa chậm hơn con thỏ ... 80
Bài 23 : Nhất ... 83
Bài 24 : Quả gì? ... 87
Bài 25 : Chị mở máy lạnh giúp em nhé? ... 90
Bài 26 : Mình thích mèo thôi ... 93
Bài 27 : Cộng, Trừ, Nhân, Chia, Bằng ... 96
Bài 28 : Cô ơi, một giờ có mấy phút ạ? ... 100
Bài 29 : Đơn vị đếm đồ vật ... 104
Bài 30 : Tập Đọc ... 108
Bài 31 : Con gì? ... 114
Bài 32 : Con phải đi nhà vệ sinh ... 117
Bài 33 : Đừng lo lắng ... 119
Bài 34 : Đâu/ Ở Đâu? ... 122
Bài 35 : Vị trí ... 126
Bài 36 : Ai dạy cho bạn tiếng Việt vậy? ... 129
Bài 37 : Tiếng Việt khó hay dễ ạ? ... 131
Bài 38 : Thế nào? ... 135
Bài 39 : Khi nào? ... 137
Bài 40 : Tập Đọc ... 139

BẢNG CHỮ CÁI TIẾNG VIỆT
베트남어 알파벳

문자	명칭	읽는방법	문자	명칭	읽는방법
A a	*a*	아	N n	*nờ*	너
Ă ă	*á*	아	O o	*o*	어~오
Â â	*ớ*	어	Ô ô	*ô*	오
B b	*bờ*	버	Ơ ơ	*ơ*	어
C c	*cờ*	꺼	P p	*pờ*	뻐
D d	*dờ*	여	Q q	*quờ*	꺼
Đ đ	*đờ*	더	R r	*rờ*	러
E e	*e*	애	S s	*sờ*	서
Ê ê	*ê*	에	T t	*tờ*	떠
G g	*gờ*	거	U u	*u*	우
H h	*hờ*	허	Ư ư	*ư*	으
I i	*i*	이(응안)	V v	*vờ*	버
K k	*ca*	까	X x	*xờ*	써
L l	*lờ*	러	Y y	*y*	이(야이)
M m	*mờ*	머			

BẢNG CHỮ CÁI TIẾNG VIỆT
베트남어 알파벳

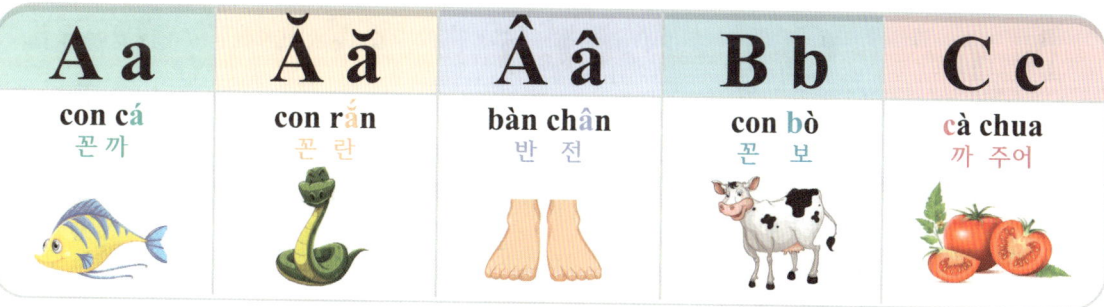

A a	Ă ă	Â â	B b	C c
con cá	con rắn	bàn chân	con bò	cà chua
꼰 까	꼰 란	반 전	꼰 보	까 주어

D d	Đ đ	E e	Ê ê	G g
quả dừa	đu đủ	xe lửa	con ếch	con gà
꽈 여으어	두 두	쌔 르어	꼰 엑	꼰 가

H h	I i	K k	L l	M n
con heo	con khỉ	cái kéo	lá cây	con mèo
꼰 해오	꼰 키	까이 깨오	라 끼이	꼰 매오

BẢNG CHỮ CÁI TIẾNG VIỆT
베트남어 알파벳

N n	O o	Ô ô	Ơ ơ	P p
nón lá	con ong	xe ô tô	cái nơ	piano
논 라	꼰 옹	쌔 오 또	까이 너	비 아 노

Q q	R r	S s	T t	U u
quạt máy	con ruồi	con sư tử	trái tim	khủng long
꾸앋마이	꼰 루오이	꼰 스 뜨	짜이 띰	쿵 롱

Ư ư	V v	X x	Y y
lá thư	con voi	xe đạp	y tá
라 트	꼰 보이	쌔 답	이 따

BẢNG CHỮ CÁI TIẾNG VIỆT
베트남어 알파벳

ch	gi	ng	ph	ngh
con chó 꼰 쪼	giày 자이	ngô 응오	xem phim 쌤핌	nghe 응애

nh	gh	th	kh	tr	qu
nhà 냐	ghế 게	con thỏ 꼰 토	cái khăn 까이 칸	trống 쫑	quán ăn 꾸안 안

SONG NGỮ HÀN - VIỆT CHO BÉ

Bài 1: Hỏi tên
이름 묻기

01
 Xin chào. Bạn tên là gì? 안녕! 너 이름이 뭐야?
 Mình tên là Bin. 내 이름은 빈이야.

02
 Chào con. Con tên gì? 안녕. 이름이 뭐니?
 Con tên là Min Ho. 제 이름은 민호입니다.

03
 Cháu chào ông ạ. 할아버지 안녕하세요.
Ông chào cháu. Cháu tên là gì? 안녕. 이름이 뭐니?
Con tên là Ha Na. 제 이름은 하나입니다.

04
 Em chào cô ạ. 선생님 안녕하세요.
 Cô chào em. Em tên là gì? 안녕하세요. 학생 이름이 뭐예요?
Em tên là Min ji ạ. 제 이름은 민지입니다.

• tên	• mình	• con	• cháu	• em
이름	나	저: 어른과 대화할 때 쓰는 호칭	저: 할아버지/할머니와 대화할때 쓰는 호칭	동생: 오빠, 언니 또는 선생님과 대화할 때 쓰는 호칭

가족 관련 단어를 배울까요?

- **ông** 할아버지
- **bà** 할머니
- **cậu/ chú** 외삼촌/ 삼촌
- **anh** 오빠/형
- **ba** 아빠
- **mẹ** 엄마
- **chồng** 남편
- **vợ** 아내
- **cô/ dì** 고모/ 이모
- **chị** 언니
- **em gái** 여동생
- **con trai** 남자 아이
- **con gái** 여자 아이
- **em trai** 남동생
- **sinh đôi** 쌍둥이

SONG NGỮ HÀN - VIỆT CHO BÉ

Bài 2: Hỏi tuổi
나이 묻기

01
- Em mấy tuổi? 너는 몇 살이니?
- Dạ, em 6 tuổi ạ. 저는 여섯 살이에요.

02
- Em mấy tuổi? 동생이 몇 살이야?
- Em 7 tuổi ạ. 저는 일곱 살이에요.

03
- Chào cháu. Cháu mấy tuổi rồi? 안녕. 너는 몇 살이니?
- Dạ, cháu 8 tuổi rồi ạ. 저는 여덟 살이에요.

04
- Năm nay, anh bao nhiêu tuổi? 올해, 오빠 몇 살이에요?
- Anh 10 tuổi. 난 열 살이야

05
- Chị ơi, chị bao nhiêu tuổi ạ? 언니, 언니는 몇 살이에요?
- Chị 15 tuổi em à. 난 열 다섯 살이야.

| • 6 tuổi | • 7 tuổi | • 8 tuổi | • 10 tuổi | • 15 tuổi |
| 여섯 살 | 일곱 살 | 여덟 살 | 열 살 | 열 다섯 살 |

과일의 개수를 세고 정확한 과일 이름을 쓰세요

Đếm số trái cây và viết đúng tên trái cây đó nhé!

Luyện nói
말하기 연습

Ba: 50 tuổi

mẹ: 45 tuổi

Anh: 15 tuổi

Chị: 12 tuổi

Em: 9 tuổi

Anh bao nhiêu tuổi?
오빠 몇 살이에요?

Anh 15 tuổi.
오빠는 열 다섯 살이에요.

Bài 3: Chào hỏi
인사

Xin chào!
안녕하세요!

Rất vui được gặp bạn.
만나서 반가워요.

Tạm biệt.
안녕히 가세요!
안녕히 계세요!

Bạn đi mạnh giỏi!
안녕히 가세요!

Xin lỗi bạn.
미안해요.

Hẹn gặp lại bạn.
또 다시 봐요.

Chúc bạn ngủ ngon.
잘 자요.

Không sao ạ.
괜찮습니다.

Chúc bạn một ngày tốt lành.
좋은 하루 되세요.

Cám ơn ạ.
감사합니다.

Luyện nói
말하기 연습

Xin chào!
안녕하세요!

Ông
할아버지

Bà
할머니

Ba, Bố
아빠

Mẹ, Má
엄마

Thầy
남자 선생님

Cô
여자 선생님, 고모

Anh
오빠/ 형

Chị
언니/ 누나

Bạn
친구

Em
동생

Khỏe không (ạ)?
잘 지냈어요?
잘 지내셨어요?

알맞은 것을 골라 바르게 연결하세요.

Xin chào! • • 또 다시 봐요.

Rất vui được gặp bạn. • • 잘 자요.

Chúc bạn một ngày tốt lành. • • 미안해요.

Tạm biệt. • • 괜찮습니다.

Bạn đi mạnh giỏi! • • 감사합니다.

Hẹn gặp lại bạn. • • 안녕하세요!

Chúc bạn ngủ ngon. • • 만나서 반가워요.

Xin lỗi bạn. • • 좋은 하루 되세요.

Không sao ạ. • • 안녕히 가세요!
안녕히 계세요!

Cám ơn ạ. • • 잘 가요.

Bài 4: Đây là cái gì?
이것은 무엇입니까?

01 **Đây là cái gì?**
이것은 무엇입니까?

Bong bóng có màu gì?
풍선은 무슨 색입니까?

Bong bóng có hình gì?
풍선은 어떤 모양입니까?

Bong bóng

Đồng hồ

02 **Đây là cái gì?**
이것은 무엇입니까?

Đồng hồ có màu gì?
시계는 무슨 색입니까?

Đồng hồ có hình gì?
시계는 어떤 모양입니까?

03 **Cái nào có hình tròn?**
어떤 것이 원형입니까?

Cái nào có hình vuông?
어떤 것이 정사각형입니까?

Cái nào có hình tam giác?
어떤 것이 삼각형입니까?

Nối hình và chữ

| hình vuông | hình tròn | hình tam giác |

모양 관련 단어를 배울까요?

Hình trái tim	**Hình tròn**	**Hình lục giác**	**Hình vuông**	**Hình ngũ giác**	**Hình trăng lưỡi liềm**	**Hình bầu dục**
하트모양	원형	육각형	정사각형	오각형	초승달 모양	타원형
Hình ngôi sao	**Hình mũi tên**	**Hình bát giác**	**Hình tam giác**	**Hình chữ nhật**	**Hình tứ giác**	**Hình chữ thập**	**Hình thoi**
별모양	화살표	팔각형	삼각형	직사각형	사각형	십자가모양	마름모 모양

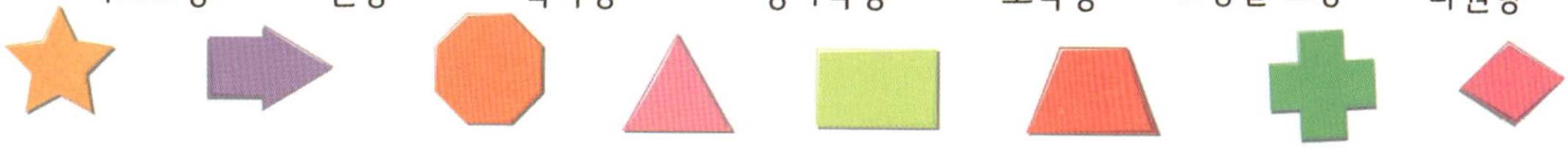

알맞은 것을 골라 바르게 연결하세요

Hình tam giác •	• ● •	• 정사각형
Hình tứ giác •	• ⬟ •	• 사각형
Hình chữ nhật •	• ▲ •	• 육각형
Hình vuông •	• ♥ •	• 원형
Hình ngũ giác •	• ■ •	• 타원형
Hình lục giác •	• ▬ •	• 하트모양
Hình bát giác •	• ⬢ •	• 삼각형
Hình tròn •	• ⬡ •	• 별모양
Hình bầu dục •	• ⯃ •	• 팔각형
Hình ngôi sao •	• ★ •	• 화살표
Hình trái tim •	• ⬭ •	• 오각형
Hình mũi tên •	• ➡ •	• 직사각형

Bài 5: Con đã đánh răng
저는 양치를 했어요

Hôm nay con đã làm gì?
오늘 뭐 했어요?

Buổi sáng, con đã đánh răng.
아침에 양치했어요.

Sau đó, con đã ăn cơm.
그 다음에 밥 먹었어요.

Và con đã làm xong bài tập.
그리고 숙제를 다 했어요.

Mẹ đã gọi điện thoại cho ba.
엄마가 아빠에게 전화했어요.

Hôm qua, ba *đã* gặp ông già Noel.
어제 아빠가 산타할아버지를 만났어요.

| • đánh răng | • ăn cơm | • làm bài tập | • no | • đói |
| 양치해요 | 밥 먹어요 | 숙제해요 | 배가 불러요 | 배가 고파요 |

| • gọi điện thoại | • ông già Noel | • gặp |
| 전화해요 | 산타할아버지 | 만나요 |

SONG NGỮ HÀN - VIỆT CHO BÉ

알맞은 말을 골라 빈칸에 쓰세요.

Chọn từ ngữ thích hợp và viết vào ô trống

ông già Noel / làm bài tập
gọi điện thoại / đánh răng

양치해요 / 밥 먹어요
산타할아버지 / 숙제해요

Bài 6: Bạn đã làm bài tập chưa?
숙제를 했어?

01
Min Ho ơi! Con *đã* đánh răng chưa?
민호야! 양치했어요?

Dạ, con *đã* đánh răng rồi ạ.
네, 저는 양치를 했어요.

02
Minh Thu ơi! Em *đã* ăn cơm chưa? 민투야! 밥 먹었어요?

Chưa ạ, em chưa ăn cơm.
아니요. 아직 안 먹었어요.

03
Hoa ơi! Bạn (*đã*) làm bài tập chưa? 화야! 숙제를 했어?

Tớ (*đã*) làm bài tập rồi.
나는 숙제를 했어.

04
Ba ơi! Hôm qua ba *đã* gặp ai vậy?
아빠! 어제 누구를 만났어요?

Hôm qua ba *đã* gặp ông già Noel.
어제 산타할아버지를 만났어요.

05
Mẹ ơi! Hồi nãy, mẹ *đã* gọi điện thoại cho ai vậy? 엄마! 아까 누구에게 전화했어요?

À! Mẹ *đã* gọi điện thoại cho ba con.
아! 너의 아빠에게 전화했어.

• chưa ăn	• hồi nãy	• hôm qua	• gọi điện thoại cho ai	• gặp ai
아직 먹지 않았어요	아까	어제	누구에게 전화해요?	누구를 만나요?

SONG NGỮ HÀN - VIỆT CHO BÉ

알맞은 말을 골라 빈칸에 쓰세요

đi công viên	공원에 가요
chơi trượt patin	롤러스케이트를 타요
nấu cơm với gia đình	가족과 함께 요리를 해요
đi dã ngoại	소풍가요

알맞은 것을 골라 바르게 연결하세요

đánh răng

만나다 / 식사하다

gặp

전화하다

gọi điện thoại

숙제하다

làm bài tập

양치하다

Bài 7: Ngày mai bạn sẽ làm gì?
내일 뭘 할 거예요?

01

Ngày mai bạn *sẽ làm gì*?
친구야! 내일 뭘 할 거예요?

Ngày mai mình *sẽ* đi hiệu sách.
내일 서점에 갈 거예요.

02

Ông ơi! chiều nay ông *sẽ* mua đồ chơi cho cháu à?
할아버지! 오늘 오후에 장난감을 사 줄 거지요?

Ừ, chiều nay ông *sẽ* mua đồ chơi cho cháu.
응, 오늘 오후에 너에게 장난감을 사 줄 것이다.

• tối nay	• gì	• ăn thịt bò	• ngày mai	• khi nào
오늘 저녁	무엇/ 무엇을	소고기를 먹다	내일	언제

• chiều nay	• về	• lát nữa
오늘 오후	돌아가다	이따가

Bà ơi, khi nào mẹ cháu về ạ? ③
할머니, 엄마 언제 돌아와요?

Khoảng 1 giờ mẹ con *sẽ* về.
약 1시쯤 엄마가 돌아올 거야.

④
Anh ơi, lát nữa trời *sẽ* mưa phải không ạ?
오빠 이따가 비가 올 거지요?

Trời âm u nên chắc *sẽ* mưa em à.
날씨가 흐려서 비가 올 것 같아.

⑤
Mẹ ơi, tối nay mình sẽ ăn gì vậy mẹ?
엄마, 오늘 저녁에 뭐 먹을 거예요?

Tối nay, chúng ta *sẽ* ăn thịt bò.
오늘 저녁에 소고기를 먹을 거야.

| • **đi hiệu sách** | • **mua đồ chơi** | • **trời mưa** | • **trời âm u** | • **chắc sẽ mưa** |
| 서점에 가다 | 장난감을 사다 | 비가 오다 | 날씨가 흐리다 | 비가 올 것 같다 |

알맞은 것을 골라 바르게 연결하세요

đi hiệu sách		서점에 가다
ăn thịt bò		장난감을 사다
mua đồ chơi		비가 오다
trời mưa		날씨가 흐리다
trời âm u		돌아가다
về nhà		소고기를 먹다

Bài 8: Anh đang làm gì vậy?
오빠! 뭐 하고 있어요?

01

Anh đang làm gì vậy?
오빠! 뭐 하고 있어요?

Anh *đang* nhắn tin cho bạn.
친구에게 문자를 보내고 있어요.

02

Chị đang là gì vậy?
언니 뭐 하고 있어요?

Chị *đang* vẽ tranh.
언니는 그림을 그리고 있어요.

03

Bạn Jinho đang làm gì ở ngoài vậy?
진호가 밖에서 뭐하고 있어요?

Jinho *đang* nói chuyện với bạn.
진호는 친구랑 이야기하고 있어요.

• nhắn tin	• bạn gái	• làm bài tập	• biết	• trước
문자를 보내요	여자 친구	숙제해요	알아요	먼저

04

Mẹ ơi, ba đang làm gì vậy mẹ?
엄마! 아빠가 뭐 하고 있어요?

Ba đang xem phim con à.
아빠가 영화를 보고 있어.

05

Gia đình đang ăn cơm. Con cũng cùng ăn cơm nào.
가족이 밥을 먹고 있어요. 너도 같이 먹어.

Dạ mẹ.
네 엄마.

• ra	• nói chuyện	• ra liền	• gia đình	• cũng
나오다	이야기하다	금방 나가다	가족	~도

Luyện nói
베트남어를 말하기

Bố đang làm gì đây?
아빠 뭐 하고 있어요?

Mẹ đang làm gì đây?
엄마 뭐 하고 있어요?

Ai nấu cơm cho con ăn?
누가 밥을 해 주니?

đọc báo
신문을 읽다

nấu cơm
밥을 하다

Bạn ấy đang làm gì đây?
그 친구가 뭐 하고 있어요?

Khi nào thì bạn đánh răng?
언제 이를 닦아요?

thức dậy
일어나다

đánh răng
양치하다

ăn cơm xong
밥을 다 먹다

đi ngủ
잠을 자다

베트남어를 따라 쓰세요

Ba đang đọc báo.
아버지가 신문을 읽고 있어요.

Mẹ đang nấu cơm.

Ông bà đang tập thể dục.

Bé đang học bài.

Bé đang tắm.

Bài 9: Dậy đi con!
일어나라!

01

Min Ho ơi! Đi tắm đi con.
민호야! 목욕을 해라

Dạ, lát nữa con tắm.
네, 이따가 목욕할게요.

02

Mẹ ơi, mẹ mua cho con 2 bịch bánh đi mẹ.
엄마, 저에게 과자 2봉지 사주세요.

Con thích ăn bánh gì? Lát nữa mẹ mua cho con nhé.
어떤 과자를 좋아하니? 이따가 엄마가 사줄게.

• lát nữa	• mua	• 2 bịch bánh	• dậy	• thêm một chút
이따가	사다	과자 2봉지	일어나다	좀 더

03 Mẹ cắt móng tay cho con đi.
엄마! 손톱을 깎아 주세요.

Ừ, đưa tay cho mẹ nào.
그래, 엄마에게 손을 내밀어 봐.

04 Mẹ dạy tiếng Việt cho con đi.
엄마 저에게 베트남어를 가르쳐 주세요.

Ừ, để mẹ dạy con.
그래, 엄마가 가르쳐 줄게.

05 7 giờ rồi. Dậy đi con.
일곱 시가 됐다. 일어나라!

Cho con ngủ thêm một chút nha mẹ.
좀 더 잘게요. 엄마.

• cắt móng tay	• dậy	• ngủ	• 7 giờ	• đưa tay
손톱을 깎다	일어나다	자다	7시	손을 내밀다

알맞은 것을 골라 바르게 연결하세요

cắt móng tay		자다
ngủ		손톱을 깎다
đưa tay		일어나다
dậy		손을 내밀다
dạy		사다
mua		가르치다

Ai sẽ là người về nhà trước?
집에 먼저 도착하는 사람은 누구입니까?

Bài 10: Tập Đọc

GIÚP MẸ

Hôm nay chủ nhật
Được nghỉ ở nhà
Em giúp mẹ cha.
Nhặt rau quét dọn.
Áo quần xếp gọn
Dỗ bé cùng chơi
Cha mẹ vui cười
Khen con ngoan quá!

엄마 도와주기

오늘은 일요일입니다.
집에서 쉴 수 있습니다.
저는 부모님을 도와드렸습니다.
나물을 다듬고 청소를 했습니다.
옷을 차곡차곡 개드렸습니다.
동생을 돌봐주면서 같이 놀았습니다.
부모님이 기뻐서 웃음을 지었습니다.
저에게 착하다고 칭찬을 해 주셨습니다.

• **chủ nhật** 일요일	• **nghỉ ở nhà** 집에서 쉬다	• **mẹ cha** 부모님	• **nhặt rau** 나물을 다듬다	• **quét dọn** 청소를 하다
• **vui cười** 기뻐서 웃다	• **ngoan** 착하다	• **khen** 칭찬하다		

Luyện nói
말하기 연습

Đây là bạn trai hay bạn gái?
이 친구는 남자예요? 여자예요?

Bạn trai mặc áo màu gì?
남자는 무슨 색 옷을 입어요?

Cái nào có màu cam vậy?
어떤 것이 주황색인가요?

tóc
머리카락

áo đầm
원피스

Đây là bạn trai hay bạn gái?
이 친구는 남자예요? 여자예요?

Bạn gái mặc váy màu gì?
여자는 무슨 색 치마를 입어요?

Cái nào có màu hồng vậy?
어떤 것이 분홍색인가요?

Bạn trai đang làm gì?
남자는 뭐하고 있어요?

Bạn gái đang làm gì?
여자는 뭐하고 있어요?

Hai bạn đang ở đâu?
둘이 어디에 있어요?

알맞은 것을 골라 바르게 연결하세요

lau nhà •		• 바닥을 닦다
nấu cơm •		• 밥을 하다
rửa chén •		• 설거지하다
tưới cây •		• 나무에 물을 주다
phơi đồ •		• 옷을 널다

알맞은 것을 골라 바르게 연결하세요

Cái bếp		부엌
Bồn cầu		변기
Ghế sopha		쇼파
Tivi		티비
Tủ lạnh		냉장고
Bồn tắm		욕조
Cái giường		침대
Tủ quần áo		옷장

Bài 11: Mình cũng đói bụng
나도 배가 고파요

01 Mình đói bụng quá.
배가 너무 고프네!

Mình *cũng* đói bụng.
나도 배가 고파요.

02 Tôi lạnh quá.
저는 너무 추워요!

Tôi *cũng* lạnh.
저도 너무 추워요.

03 Em khát nước quá.
목이 너무 말라요.

Chị *cũng* khát nước.
언니도 목이 말라요.

04 Anh muốn ăn kẹo.
사탕을 먹고 싶어.

Em *cũng* muốn ăn kẹo.
나도 사탕을 먹고 싶어요.

05 Mẹ nhớ bà quá.
엄마 할머니가 너무 보고 싶어요.

Con *cũng* nhớ bà.
저도 할머니가 보고 싶어요.

• đói bụng	• lạnh	• khát nước	• nhớ bà	• ăn kẹo
배가 고파요	추워요	목이 말라요	할머니가 보고 싶어요	사탕을 먹어요

SONG NGỮ HÀN - VIỆT CHO BÉ

알맞은 것을 골라 바르게 연결하세요

đói bụng		사탕을 먹어요
lạnh		목이 말라요
khát nước		할머니가 / 보고 싶어요
ăn kẹo		추워요
nhớ bà		배가 고파요

Bài 12: Mình muốn đi mua đồ chơi
장난감을 사러 가고 싶어요

01 Mẹ ơi, con đói bụng quá.
엄마! 나는 배가 너무 고파요.

Thế, con *muốn* ăn cơm với món gì?
그럼, 뭐하고 밥을 먹고 싶어?

Con *muốn* ăn với thịt gà ạ.
닭고기와 먹고 싶어요.

02 Con muốn đi bơi không?
수영을 하고 싶니?

Dạ, con *muốn* đi bơi ạ.
네, 저는 수영을 하고 싶어요.

03 Bạn muốn đi đâu nào?
어디에 가고 싶어?

Mình *muốn* đi mua đồ chơi.
나는 장난감을 사러 가고 싶어요.

• ăn cơm	• thịt gà	• đi bơi	• mua đồ chơi	• đi đâu
식사하다	닭고기	수영하다	장난감을 사다	어디 가요?

SONG NGỮ HÀN - VIỆT CHO BÉ

04 **Chị ơi, em khát nước. Em *muốn* uống nước ạ.**
언니, 목이 말라요. 물을 마시고 싶어요.

Để chị lấy nước cho em 1 ly nhé.
그럼 물 한 컵을 갖다 줄게.

05 **Bà ơi, con đau bụng quá!**
할머니! 저는 배가 너무 아파요!

Con *muốn* đi nhà vệ sinh ạ.
화장실에 가고 싶어요.

Vậy con đi đi.
그럼 갔다 와요.

• uống nước	• đau bụng	• nhà vệ sinh	• lấy	• 1 ly
물을 마시다	배 아프다	화장실	가지다	한 컵

고기 - 해산물 - 야채 관련 단어 배울까요?

Nếu đi chợ thì bạn muốn mua gì? 시장에 가면 뭘 사고 싶어요?

THỊT — 고기

- **Thịt heo/ lợn** — 돼지고기
- **Thịt bò** — 소고기
- **Thịt gà** — 닭고기

HẢI SẢN — 해산물

- **Cua** — 게
- **Tôm** — 새우
- **Cá** — 생선
- **Mực** — 오징어
- **Bào ngư** — 전복

RAU CỦ — 야채

- **Bí đỏ** — 늙은 호박
- **Bông cải xanh** — 브로콜리
- **Khoai tây** — 감자
- **Bắp cải** — 양배추
- **Cà tím** — 가지
- **Tỏi** — 마늘
- **Hành lá** — 파
- **Ớt** — 고추
- **Hành tây** — 양파
- **Cà chua** — 토마토
- **Dưa leo** — 오이

알맞은 것을 골라 바르게 연결하세요

thịt gà		닭고기
thịt bò		늙은 호박
thịt heo / thịt lợn		생선
cá		돼지고기
ớt		새우
bí đỏ		소고기
tôm		고추

Bài 13: Jinho có nhiều truyện tranh
진호는 만화책이 많이 있어요

01
Bạn *có nhiều* đồ chơi không?
장난감이 많이 있어요?

Mình có nhiều lắm. Bạn cùng chơi với mình nha.
장난감이 많이 있어요. 나랑 같이 놀까요?

02
Jinho *có nhiều* truyện tranh.
진호는 만화책이 많이 있어요.

03
Tôi *có nhiều* sách Tiếng Việt.
나는 베트남어 책이 많이 있어요.

04 Bạn có cục pin không?
배터리가 있어요?

Mình *không có* cục pin nào.
배터리가 하나도 없어.

05
Tôi *chỉ có* 1 cái khẩu trang.
나는 마스크 한 개만 있어요.

Bạn có bút chì không?
연필이 있어?

Có, mình có bút chì.
응, 있어. 나는 연필이 있어.

06

• đồ chơi	• cục pin	• khẩu trang	• bút chì	• nhiều
장난감	배터리	마스크	연필	많이

SONG NGỮ HÀN - VIỆT CHO BÉ

학용품 관련 단어를 배울까요?

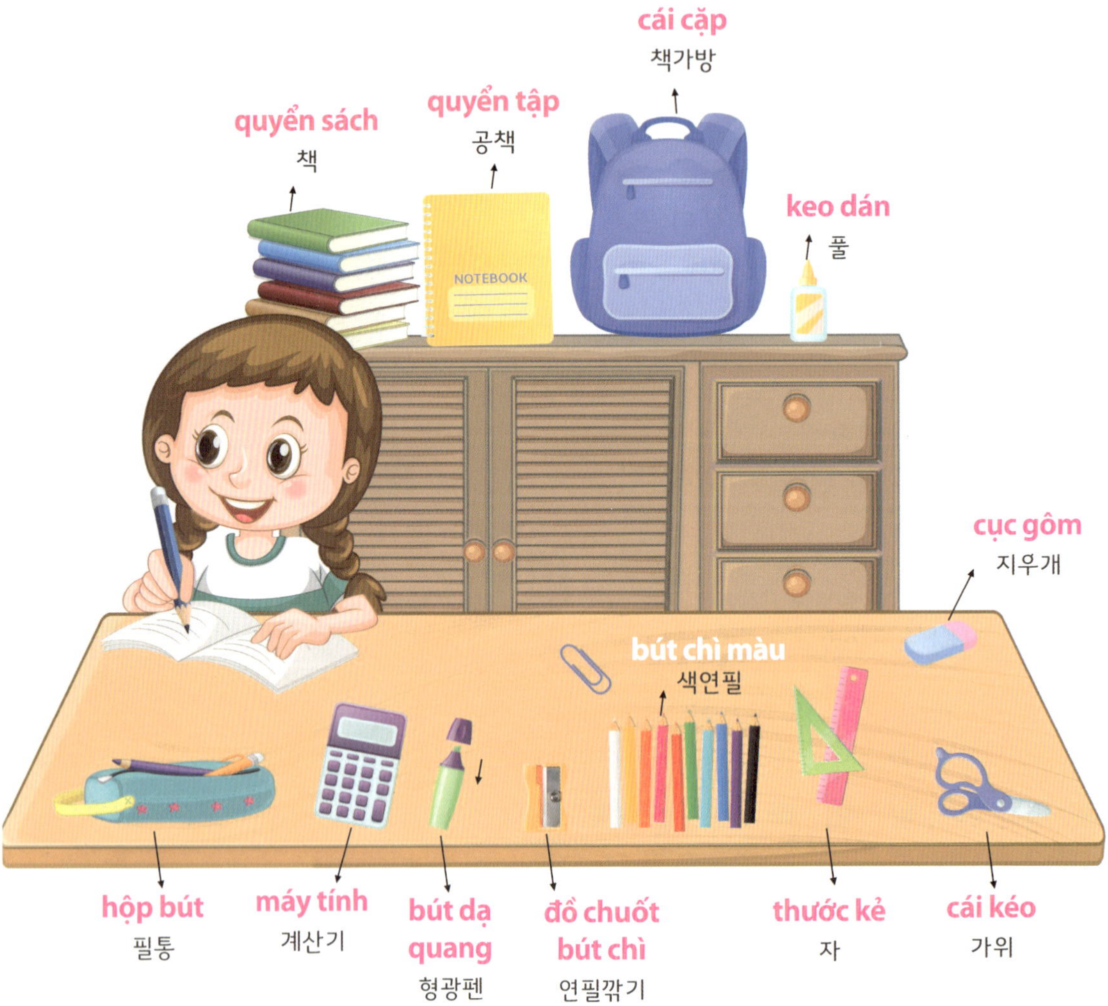

quyển sách - 책

quyển tập - 공책

cái cặp - 책가방

keo dán - 풀

cục gôm - 지우개

bút chì màu - 색연필

hộp bút - 필통

máy tính - 계산기

bút dạ quang - 형광펜

đồ chuốt bút chì - 연필깎이

thước kẻ - 자

cái kéo - 가위

Luyện nói
그림을 보고 베트남어로 이야기해 보세요

Tôi có...
나는 .... 있어요.

đồ chơi
장난감

truyện tranh
만화책

khẩu trang
마스크

cục pin
배터리

bút chì
연필

Tôi không có...
나는 ...... 없어요.

hộp bút
필통

cái kéo
가위

Bài 14: Con gấu bông này bao nhiêu tiền?
이 곰인형이 얼마예요?

01
Hoa ơi, quyển sách này bao nhiêu tiền vậy?
화야, 이 책이 얼마예요?

Quyển sách này 18,000 won.
이 책은 18,000원이에요.

02
Dì ơi, bánh này bao nhiêu tiền ạ?
이모, 이 빵이 얼마예요?

Bánh này 8,000 đồng con à.
이 빵은 8,000동이에요.

03
Chú ơi, cây kem này bao nhiêu tiền ạ?
아저씨! 이 아이스크림이 얼마예요?

Cây kem này 15,000 đồng.
이 아이스크림은 15,000동이에요.

04
Chị ơi, đồ chơi này bao nhiêu tiền ạ?
언니 이 장난감이 얼마예요?

Đồ chơi này 80,000 đồng.
이 장난감은 80,000동이에요.

05
Em ơi, con gấu bông này bao nhiêu tiền?
동생 이 곰인형이 얼마예요?

Con gấu bông này 200,000 đồng.
이 곰인형은 200,000동이에요.

• 8,000	• 15,000	• 80,000	• 100,000	• 200,000
Tám ngàn	mười lăm ngàn	Tám mươi ngàn	Một trăm ngàn	hai trăm ngàn
팔천	만오천	팔만	십만	이십만

100 200 300	Một trăm Hai trăm Ba trăm	백 이백 삼백
1,000 2,000 3,000	Một ngàn Hai ngàn Ba ngàn	천 이천 삼천
10,000 20,000 30,000	Mười ngàn Hai mươi ngàn Ba mươi ngàn	만 이만 삼만
100,000 200,000 300,000	Một trăm ngàn Hai trăm ngàn Ba trăm ngàn	십만 이십만 삼십만
1,000,000 2,000,000 3,000,000	Một triệu Hai triệu Ba triệu	백만 이백만 삼백만
10,000,000 20,000,000 30,000,000	Mười triệu Hai mươi triệu Ba mươi triệu	천만 이천만 삼천만

알맞은 것을 골라 바르게 연결하세요

Bài 15: Minh Thu ơi, tới giờ thức dậy rồi
민투야! 일어날 시간이야

01

Minh Thu ơi, *tới giờ* thức dậy rồi con.
민투야! 일어날 시간이야.

Bây giờ là mấy giờ vậy mẹ?
엄마 지금 몇 시예요?

Bây giờ 7 giờ sáng rồi con à.
지금 아침 7시야.

02

Tới giờ đi học rồi con à.
학교에 갈 시간이야.

Dạ con cám ơn mẹ.
네 감사합니다.

03

Đến giờ ngủ rồi con à.
잠잘 시간이야.

Dạ, con đánh răng rồi ngủ ạ.
네, 양치하고 잘게요.

Mẹ ơi, *tới giờ* học Tiếng Việt rồi mẹ.
엄마, 베트남어 공부할 시간이 다 됐어요.

Ừ, mẹ chuẩn bị ngay đây.
응, 엄마가 바로 준비할게

04

05

Đến giờ tắm rồi con à.
목욕할 시간이야.

Dạ, con vào nhà tắm ngay đây ạ.
네, 바로 화장실에 갈게요.

• mấy giờ	• 7 giờ sáng	• đánh răng	• tắm	• chuẩn bị
몇 시	아침 7시	양치하다	목욕하다	준비하다

알맞은 것을 골라 바르게 연결하세요

tắm • • 일어나다

ăn cơm • • 책을 읽다

đọc sách • • 식사하다

đánh răng • • 이를 닦다

thức dậy • • 목욕하다

Luyện nói
말하기 연습

Bài 16: Anh có thể đi xe đạp
나는 자전거를 탈 수 있어

01 **Anh *có thể* đi xe đạp. Nhưng anh *không thể* đi xe máy.**
나는 자전거를 탈 수 있어. 하지만 오토바이를 탈 수 없어.

02

Em *có thể* nói tiếng Anh. Còn anh?
저는 영어를 할 수 있어요. 오빠는요?

Anh cũng *có thể* nói tiếng Anh.
오빠도 영어를 할 수 있어.

| • nhưng | • xe đạp | • xe máy | • tiếng Anh | • vẽ tranh |
| 하지만 | 자전거 | 오토바이 | 영어 | 그림을 그리다 |

03 **Tôi *có thể* vẽ tranh. Nhưng mà tôi *không thể* hát.**
저는 그림을 그릴 수 있어요. 하지만 노래를 할 수 없어요.

04

Chị *có thể* chơi đàn piano. Nhưng chị *không thể* chơi ghi ta.
언니는 피아노를 칠 수 있어요. 하지만 기타는 칠 수 없어요.

05 **Em rất thích bơi. Nhưng mà em *không thể* bơi.**
저는 수영을 아주 좋아해요. 하지만 수영을 할 수 없어요.

| • piano | • ghi ta | • bơi | • hát | • vẽ tranh |
| 피아노 | 기타 | 수영하다 | 노래하다 | 그림을 그리다 |

Luyện nói
그림을 보고 베트남어로 이야기해 보세요

Tôi có thể...
나는 ...... ㄹ 수 있어요.

- **đi xe đạp** 자전거를 타다
- **nói tiếng Anh** 영어를 말하다
- **vẽ tranh** 그림을 그리다

- **đi xe máy** 오토바이를 타다
- **chơi đàn piano** 피아노를 치다
- **chơi đàn ghita** 기타를 치다
- **bơi lội** 수영하다

Tôi không thể...
나는 .... ㄹ 수 없어요.

알맞은 것을 골라 바르게 연결하세요

xe đạp		자전거
vẽ tranh		그림을 그리다
đàn piano		피아노
bơi lội		기타
đàn ghita		영어를 말해요
nói tiếng Anh		수영해요

스포츠 관련 단어를 배울까요?

Bóng bàn
탁구

Cử tạ
역도

Goft
골프

Đua xe đạp
자전거 경기

Cầu lông
배드민턴

Võ
무술

Bóng rổ
농구

Yoga
요가

Bóng đá
축구

Bóng chày
야구

Bơi lội
수영

Bóng chuyền
배구

Bài 17: Tôi định nấu món Việt
베트남 음식을 만들려고 해요

01 **Min Ho, bạn định đi đâu vậy?**
민호야, 너 어디 가려고 해?

Mình *định* đi gặp cô giáo.
선생님을 만나려고 해요.

Mẹ ơi, mẹ đi đâu vậy? **02**
엄마, 어디에 가려고요?

Mẹ *định* đi siêu thị con à.
엄마 마트에 가려고 해.

03 **Cuối tuần này, mẹ *định* nấu món phở Việt cho gia đình.**
이번 주말에 가족을 위해 베트남 쌀국수를 만들려고 해.

Con thích món phở lắm mẹ à.
저는 쌀국수를 많이 좋아해요. 엄마.

04 **Ba ơi, ngày mai ba sẽ làm gì ạ?**
아빠! 내일 뭐 할 거예요?

Ba *định* tổng vệ sinh nhà con à.
아빠는 대청소를 하려고 해.

05 **Jinho, ngày mai bạn sẽ làm gì?**
진호, 내일 뭐 할 거예요?

Mình *định* mua giày thể thao.
운동화를 사려고 해요.

• cuối tuần này	• tổng vệ sinh	• mua giày thể thao	• siêu thị	• gia đình
이번주말	대청소	운동화를 사다	마트	가족

알맞은 것을 골라 바르게 연결하세요

cuối tuần này •  • 마트

tổng vệ sinh •  • 운동화를 사다

mua giày thể thao •  • 이번 주말

siêu thị •  • 가족

gia đình •  • 대청소

Bài 18: Bạn biết ăn món cay không?
매운 음식을 먹을 줄 알아요?

01 **Bạn biết ăn món cay không?**
매운 음식을 먹을 줄 알아?

Mình *biết* ăn món cay đấy.
나는 매운 음식을 먹을 줄 알아.

02 Ông ơi, ông *biết* chơi trò trốn tìm không?
할아버지, 숨바꼭질할 줄 아세요?

Ông chơi trò trốn tìm với con nhé!
저랑 같이 숨바꼭질하실래요?

03 **Mẹ ơi, mẹ biết làm món mì xào không ạ? Con thích món này lắm.**
엄마! 볶음 라면을 만들 줄 아세요? 저는 이 음식을 엄청 좋아해요.

Mẹ *biết* làm món này. Để mẹ làm cho nhé?
이 음식 만들 줄 알아. 엄마가 만들어 줄게.

04 **Mẹ ơi, con không biết nói tiếng Việt.**
엄마! 저는 베트남어를 할 줄 몰라요.

Mẹ dạy cho con nhé.
저에게 가르쳐 주시겠어요?

Được, để mẹ dạy cho con nhé.
그럼요. 엄마가 가르쳐 줄게.

05 Bạn biết chơi piano không?
피아노를 칠 줄 알아요?

Mình *không biết* đàn piano.
피아노를 칠 줄 몰라요.

Luyện nói
그림을 보고 베트남어로 이야기해 보세요

Tôi biết...
알아요

- chơi trốn tìm
  숨바꼭질하다
- nấu ăn
  요리하다
- chơi đàn piano
  피아노를 치다

- nói tiếng Việt
  베트남어를 말하다
- ăn cay
  매운 음식을 먹다
- đi xe đạp
  자전거를 타다
- bơi lội
  수영하다

Tôi không biết..
모르다

음식 관련 어휘를 배울까요?

Bạn *biết* ăn món này không?
너~ 이 음식을 먹을 줄 알아?

Bạn *muốn* ăn món nào?
너~ 어떤 음식을 먹고 싶어?

Mì tôm — 라면
Chả giò — 짜조/스프링롤
Bánh bao — 만두
Cơm — 밥
Mì ý — 스파게티

Bánh mì — 빵
Hambogo — 햄버거
Pizza — 피자
Sushi — 초밥
Donus — 도넛

Gà rán — 치킨
Nước đá — 얼음물
Sữa — 우유
Coca cola — 콜라
Kem — 아이스크림

Bài 19: 명사 + 악y / 그 + N

01
Mẹ biết *người ấy* không?
엄마, 그 사람을 알아요?

Mẹ biết.
응, 알아.

02
Ba biết *chú ấy* không?
아빠! 그 아저씨 알아요?

Ba không biết.
잘 모르겠다.

03
Em biết *cô giáo ấy* không?
너 그 선생님을 알아?

Em không biết ạ.
저는 모르겠어요.

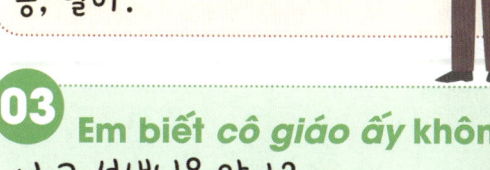

04
Anh biết *bạn ấy* không?
오빠! 그 친구를 알아요?

Anh biết.
응, 알아.

04
Chị biết *anh ấy* không?
언니! 그 오빠 알아요?

Chị không biết.
언니는 몰라요.

• người ấy	• bạn ấy	• cô giáo ấy	• chú ấy	• anh ấy
그 사람	그 친구	그 선생님	그 아저씨	그 오빠

• em ấy	• biết	• không biết
그 동생	알다	모르다

SONG NGỮ HÀN - VIỆT CHO BÉ

직업 관련 단어를 배울까요

Đầu bếp — 요리사
Giáo viên — 선생님
Bác sĩ — 의사
Lính cứu hỏa — 소방관
Bồi bàn — 웨이터

Luật sư — 변호사
Thợ chụp hình — 사진사
Nông dân — 농부
Cảnh sát — 경찰관

Ca sĩ — 가수
Người giao hàng — 배달부
Người đưa thư — 우체부
Phi công — 조종사

말하기와 쓰기 연습

Người ấy làm nghề gì ạ?
그 분의 직업은 뭐예요?

sĩ / bác

công / phi

cứu / lính / hỏa

viên / giáo

Bài 20: Tập Đọc

Em đi bộ đến trường.
Em đi học bằng xe đạp.
Em đi đảo Jeju bằng thuyền.
Ba em đi làm bằng xe ô tô.
Mẹ em đi chợ bằng xe máy.
Khi chở hàng, ba em đi bằng xe tải.
Gia đình em về Việt Nam bằng máy bay.

나는 걸어서 학교에 갑니다.
나는 자전거를 타고 학교에 갑니다.
나는 제주도에 배를 타고 갑니다.
우리 아버지는 자동차를 타고 회사에 갑니다.
우리 어머니는 오토바이를 타고 시장에 갑니다.
물건을 옮길 때 우리 아버지는 트럭을 타고 갑니다.
우리 가족은 비행기를 타고 베트남에 갑니다.

알맞은 것을 골라 바르게 연결하세요

đi bộ •	🚗	• 오토바이
xe đạp •	🚚	• 걸어가다
thuyền •	🚲	• 자동차
xe ô tô •	✈️	• 트럭
máy bay •	🛵	• 자전거
xe gắn máy •	🚶	• 배
xe tải •	⛴️	• 비행기

Giúp các bé đến trường học nhé!

알맞은 것을 골라 바르게 연결하세요

Ca sĩ •	•	• 가수
Y tá •	•	• 학생
Học sinh •	•	• 간호사
Nông dân •	•	• 농부
Người giao hàng •	•	• 배달원

알맞은 것을 골라 바르게 연결하세요

Bài 21: Trời lạnh quá!
날씨가 너무 추워요!

01 Hôm nay, trời lạnh *quá*!
오늘 날씨가 너무 추워요!

Mẹ ơi, mua cho con găng tay nhé.
엄마, 장갑을 사 주세요.

02 Bà ơi, con nóng *quá*!
할머니, 저는 너무 더워요!

Để bà bật máy quạt cho con nhé.
할머니가 선풍기를 틀어줄게.

• trời mưa	• trời lạnh	• tuyết rơi	• che ô	• bật quạt
비가 오다	날씨가 춥다	눈이 오다	우산을 쓰다	선풍기를 틀다

• tuyết	• người tuyết	• găng tay
눈	눈사람	장갑

SONG NGỮ HÀN - VIỆT CHO BÉ

03 **Bên ngoài, tuyết rơi nhiều *quá*!**
밖에 눈이 너무 많이 오네요!

Bạn thích tuyết không?
눈을 좋아해요?

Mình thích tuyết lắm.
나는 눈을 매우 좋아해요.

Vì khi tuyết rơi mình có thể làm người tuyết.
눈이 오면 눈사람을 만들 수 있거든.

04 **Trời mưa to *quá*!**
비가 너무 많이 오네요!

Mình cần che ô.
우산을 써야 해요.

• ô/ cây dù	• cây quạt	• mưa	• nóng	• lạnh
우산	선풍기	비	덥다	춥다

알맞은 것을 골라 바르게 연결하세요

Trời mưa • • 덥다

Tuyết rơi • • 눈이 오다

Nóng • • 따뜻하다

Lạnh • • 시원하다

Mát • • 춥다

Ấm • • 비가 오다

날씨 관련 단어를 배울까요?

Mùa Xuân — 봄
Mùa Hạ (Hè) — 여름
Mùa Thu — 가을
Mùa Đông — 겨울

Nắng — 햇볕이 들다
Mây — 구름
Gió — 바람
Mưa — 비
Sấm sét — 천둥

Sương mù — 안개가 끼다
Tuyết — 눈
Gió mạnh — 강풍
Bão — 태풍
Cầu vòng — 무지개

Luyện nói

알맞은 것을 골라 바르게 연결하세요

Hôm nay thời tiết thế nào?
오늘 날씨가 어때요?

Hôm nay...
오늘

Mưa
비

Gió mạnh
강풍

Nắng
햇볕이 들다

Tuyết
눈

Bão
태풍

Bài 22: Con rùa chậm hơn con thỏ
거북이가 토끼보다 느려요

01

Con thỏ nhanh *hơn* con rùa.
토끼가 거북이보다 빨라요.

Con rùa chậm *hơn* con thỏ.
거북이가 토끼보다 느려요.

02

Quả quýt nhỏ *hơn* quả dưa hấu.
귤이 수박보다 작아요.

03

Bài toán này dễ *hơn*. Bài toán này khó *hơn*.
이 수학 문제는 더 쉬워요. 이 수학 문제는 더 어려워요.

04

Tàu lửa dài *hơn* máy bay.
비행기보다 기차가 더 길어요.

Máy bay ngắn *hơn* xe lửa.
기차보다 비행기가 더 짧아요.

• quả quýt	• quả dưa hấu	• con thỏ	• con chuột	• con rùa
귤	수박	토끼	쥐	거북이
• con mèo	• bài toán	• tàu lửa	• máy bay	• ô tô
고양이	수학 문제	기차	비행기	자동차

반의어

Nhanh 빠르다 — **Chậm** 느리다

Nhỏ 작다 — **To** 크다

Khó 어렵다 — **Dễ** 쉽다

Ngắn 짧다 — **Dài** 길다

Dơ 더럽다 — **Sạch** 깨끗하다

Cao 키가 크다 — **Thấp** 키가 작다

Trái 왼쪽 — **Phải** 오른쪽

Cũ 낡다 — **Mới** 새롭다

Khóc 울다 — **Cười** 웃다

Luyện nói
말하기 연습

Ô tô và xe máy, xe nào chạy nhanh hơn?
자동차와 오토바이 중에서 어떤 게 더 빨라요?

Máy bay và ô tô, cái nào chạy nhanh hơn?
비행기와 자동차 중에서 어떤 게 더 빨라요?

Con chuột và con mèo, con nào to hơn?
쥐와 고양이 중에서 어떤 동물이 더 커요?

Bài 23: Nhất
가장

01 **Con chó và con mèo, bạn thích con nào *nhất*?**
강아지와 고양이 중에서 어떤 동물을 가장 좋아해?

Mình thích con mèo *nhất*.
나는 고양이를 가장 좋아해요.

02 **Màu vàng và màu đỏ, bạn thích màu nào *nhất*?**
노란색과 빨간색 중에서 어떤 색을 가장 좋아해요?

Mình thích màu vàng *nhất*.
나는 노란색을 가장 좋아해요.

• con chó	• con mèo	• màu vàng	• màu đỏ	• màu nào
강아지	고양이	노란색	빨간색	어떤 색

03 **Mùa xuân, mùa hè, mùa thu và mùa đông. Bạn thích mùa nào *nhất*?**
봄, 여름, 가을, 겨울 중에서 어떤 계절을 가장 좋아하니?

Mình thích mùa thu *nhất*.
저는 가을을 제일/가장 좋아해요.

04 **Ông, bà, ba, mẹ. Bạn yêu ai *nhất*?**
할아버지, 할머니, 아빠, 엄마 중에서 누구를 가장 사랑해?

Mình yêu tất cả ạ.
나는 모두 다 사랑해요.

05 **Kem, sô cô la, sữa và kẹo. Con thích cái nào nhất?**
아이스크림, 초콜릿, 우유와 사탕 중에서 어떤 것을 가장 좋아하니?

Con thích kem nhất ạ.
저는 아이스크림을 가장 좋아해요.

• mùa xuân	• mùa hè	• mùa thu	• mùa đông	• mùa nào
봄	여름	가을	겨울	어떤 계절

• kem	• sô cô la	• sữa	• kẹo	• cái nào
아이스크림	초콜릿	우유	사탕	어떤 것

알맞은 것을 골라 바르게 연결하세요

Kem • • 아이스크림

Socola • • 우유

Sữa • • 물

Kẹo • • 초콜릿

Nước • • 사탕

동물 관련 단어를 배울까요?

Con gà trống 수탉

Con bò 소

Con heo 돼지

Con trâu 물소

Con ngựa 말

Con cừu 양

Con dê 염소

Con gà mái 암탉

Con ngỗng 거위

Con vịt 오리

Bài 24: Quả gì?
무슨 과일입니까?

01 **Đây là những quả gì?**
이것은 무슨 과일입니까?

Những quả này có màu gì?
이 과일들은 무슨 색입니까?

02 **Đây là quả gì?**
이것은 무슨 과일입니까?

Đây là quả dưa hấu.
이것은 수박입니다.

Dưa hấu có màu gì?
수박이 무슨 색입니까?

Dưa hấu có màu đỏ, màu xanh lá và màu đen.
수박은 빨간색, 초록색 그리고 검정색이 있습니다.

03 **Bạn thích quả nào nhất?**
너는 어떤 과일을 제일 좋아해요?

Mình thích quả dâu tây.
나는 딸기를 제일 좋아해요.

SONG NGỮ HÀN - VIỆT CHO BÉ

과일 관련 단어를 배울까요?

Bạn thích quả nào nhất?
어떤 과일을 가장 좋아해요?

Dưa hấu 수박   **Dưa lưới** 멜론   **Chuối** 바나나   **Thơm** 파인애플   **Thanh long** 용과

Đu đủ 파파야   **Dâu** 딸기   **Nho** 포도   **Táo** 사과   **Cam** 오렌지

Bơ 아보카도   **Lê** 배   **Kiwi** 키위   **Cherry** 체리   **Bưởi** 자몽

따라 쓰기

dưa hấu

수박

dâu tây

trái chuối

đu đủ

Bài 25: Chị mở máy lạnh giúp em nhé?
언니, 에어컨을 켜줄래요?

01 Mẹ ơi, mẹ *giúp* con lột vỏ quýt nhé?
엄마, 귤 껍질을 까 주시겠어요?

Ừ, đưa cho mẹ quả quýt nào.
그래, 엄마에게 귤을 줘 봐.

02 Mẹ ơi, mẹ *giúp* con gài nút áo nhé?
엄마, 단추 좀 잠가 주실래요?

Đâu, cho mẹ xem.
어디, 엄마에게 좀 보여 줘봐.

03 Ông ơi, ông *giúp* cháu mở ti vi nhé?
할아버지, 텔레비전을 좀 켜 주시겠어요?

Được, để ông mở ti vi cho cháu.
그래, 할아버지가 텔레비전을 좀 켜 줄게.

04 Bà ơi, bà *giúp* cháu buộc tóc nhé?
할머니, 제 머리를 좀 묶어 주시겠어요?

Được rồi, để bà buộc tóc cho cháu.
그래, 할머니가 머리 묶어 줄게

05 Chị ơi, chị mở máy lạnh *giúp* em nhé?
언니, 에어컨을 켜줄래요?

Được nhé em.
그래요, 내가 켜 줄게요.

• lột vỏ quýt	• gài nút áo	• mở ti vi	• buộc tóc	• mở máy lạnh
귤 껍질을 까다	단추를 잠그다	텔레비전을 켜다	머리를 묶다	에어컨을 켜다

알맞은 것을 골라 바르게 연결하세요

lột vỏ quýt •  • 귤 껍질을 까다

gài nút áo •  • 텔레비전을 켜다

mở tivi •  • 단추를 잠그다

buộc tóc •  • 에어컨을 켜다

mở máy lạnh •  • 머리 묶다

가정 용품에 관련 단어를 알아볼까요?

tủ quần áo — 옷장
đồng hồ — 시계
cái giường — 침대
máy giặt — 세탁기
bồn tắm — 욕조
bồn rửa mặt — 세면대
bồn cầu — 변기
kệ sách — 책장
máy lạnh — 에어컨
cái nồi — 냄비
cái chén — 그릇
cái dĩa — 접시
ti vi — 티비
bình hoa — 꽃병
cái muỗng — 숟가락
đôi đũa — 젓가락
ghế sopha — 쇼파
tủ lạnh — 냉장고
cái bàn — 테이블

Bài 26: Mình thích mèo thôi
나는 고양이만 좋아해요

01 Mình thích mèo và chó. Còn bạn?
나는 고양이와 강아지를 좋아해요. 너는?

Mình thích mèo thôi.
나는 고양이만 좋아해요.

02 Hôm nay bạn muốn ăn món gì?
오늘 무슨 음식을 먹고 싶어요?

Mình muốn ăn sườn bò và trứng ạ.
나는 소갈비와 계란을 먹고 싶어요.

03 Bạn đi học vào thứ hai và thứ ba, phải không?
너 월요일과 화요일에 학교에 가지?

Không, *Mình chỉ đi học vào thứ hai thôi.*
아니요, 나는 월요일에만 학교에 가요.

04 Bạn thích quả gì?
어떤 과일을 좋아해요?

Mình thích dưa hấu.
나는 수박을 좋아해요.

Thế, xoài và sầu riêng, bạn thích quả nào?
그럼 망고와 두리안 중에서 어떤 과일을 좋아해요?

Mình thích sầu riêng thôi à.
나는 두리안만 좋아해요.

Luyện nói

그림을 보고 베트남어로 이야기해 보세요

Mình thích...
나는 .... 좋아해요

- xoài 망고
- sầu riêng 두리안
- chuối 바나나

- con mèo 고양이
- con chó 개
- con sư tử 사자
- con ngựa 말

Mình thích... thôi
나는 ...만 좋아해요.

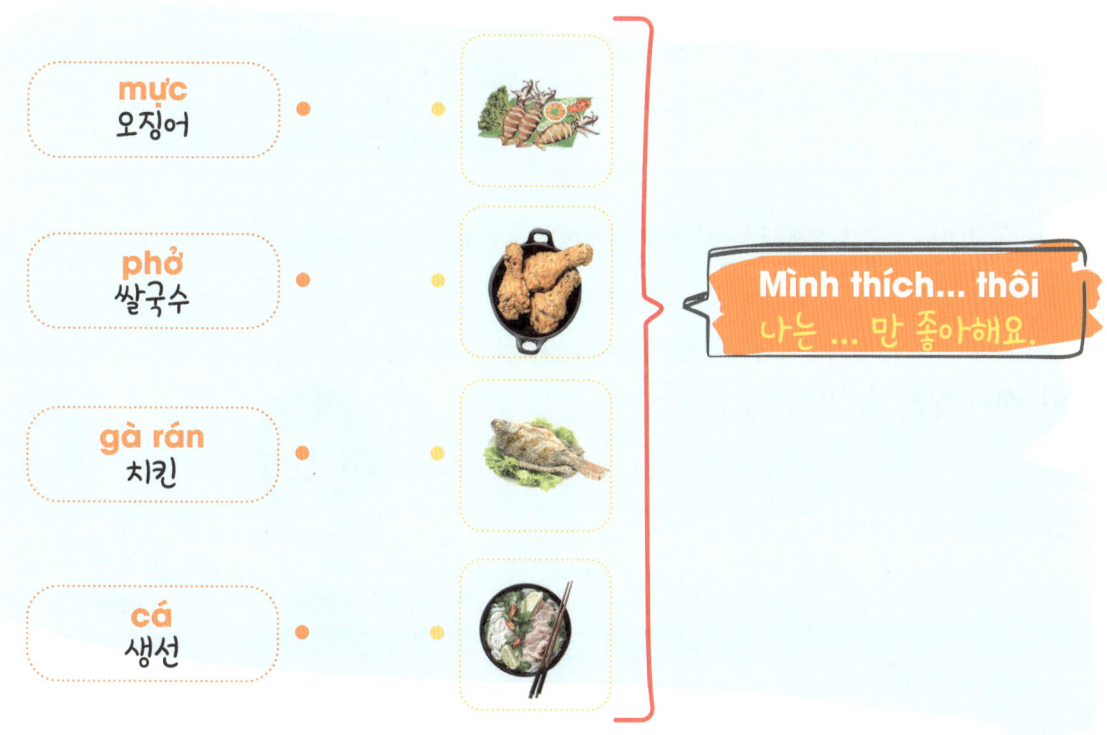

Bài 27: Cộng, Trừ, Nhân, Chia, Bằng
더하기, 빼기, 곱하기, 나누기, 는

01 **Mẹ ơi, giúp con với!**
엄마 좀 도와주세요.

Con muốn mẹ giúp gì nào?
엄마가 뭐 도와줄까?

1 + 1 = 2: một *cộng* một bằng hai, phải không mẹ?
일 더하기 일은 이, 맞아요?

Đúng rồi con à.
맞아요.

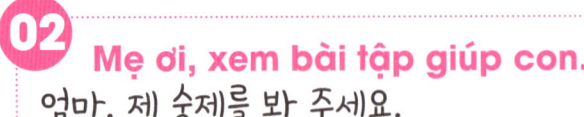

02 **Mẹ ơi, xem bài tập giúp con.**
엄마, 제 숙제를 봐 주세요.

2-1= 1: hai *trừ* một bằng một, phải không mẹ?
이 빼기 일은 일, 맞아요?

Đúng rồi con à.
맞아요.

03 **Ba ơi, con làm như vậy đúng không ạ?**
아빠, 제가 이렇게 하는 게 맞아요?

3 x 1= 3: ba *nhân* một bằng ba.
삼 곱하기 일은 삼

Đúng rồi, con giỏi lắm.
맞아, 잘했어!

04 **Mẹ ơi, kiểm tra giúp con.**
엄마, 확인해주세요.

6 : 6 = 1: sáu *chia* sáu bằng một, phải không mẹ?
육 나누기 육은 일, 맞아요?

Đúng rồi con gái.
우리 딸 맞았어.

• cộng	• trừ	• nhân	• chia	• bằng
더하기	빼기	곱하기	나누기	은/는

1 + 3 = 4 : một **cộng** ba **bằng** bốn
1 + 4 = 5 : một **cộng** bốn *bằng* năm
..
10 + 20 = 30 : mười **cộng** hai mươi **bằng** ba mươi

5 - 4 = 1 : năm **trừ** bốn **bằng** một
5 - 3 = 2 : năm **trừ** ba **bằng** hai
...
30 -10 = 20 : ba mươi **trừ** mười **bằng** hai mươi

Luyện nói
베트남어로 말하기 연습

1 + 5 = 6 : một ... năm bằng .....
1 + 8 = 9 : một cộng ... bằng ....

5 + 5 = ...

8 + 2 =....

4 + 3 =....

5 - 2 = ...

5 - 1 = ...

10 - 5 =....

9 - 3 =....

8 - 6 = ...

7 + 3 = ...

Bài 28: Cô ơi, một giờ có mấy phút ạ?
선생님! 한 시간이 몇 분이에요?

01 Mẹ ơi, một tháng có mấy ngày vậy mẹ?
엄마, 한 달이 며칠이에요?

Một tháng có 30 hoặc 31 ngày con à.
한 달은 30일이나 31일이 있어요.

02 Ông ơi, một năm có mấy ngày vậy ạ?
할아버지, 일 년이 며칠이에요?

Một năm có 365 ngày cháu à.
일 년은 365일 있어.

03 Chị ơi, một ngày có mấy giờ vậy chị?
언니, 하루가 몇 시간이에요?

Một ngày có 24 giờ em à.
하루는 24시간이 있어.

CHÂU THUỲ TRANG

04 **Ba ơi, một tuần có mấy ngày ạ?**
아빠, 일주일이 며칠이에요?

Một tuần có 7 ngày con à.
일주일은 7일 있어.

05 **Cô ơi, một giờ có mấy phút ạ?**
선생님! 한 시간이 몇 분이에요?

Một giờ có 60 phút.
한 시간은 60분이 있어요.

• ngày	• tháng	• năm	• tuần	• phút
일	월	년	주	분

• giờ	• giây
시	초

Luyện nói
말하기 연습

Con gà có mấy chân?
닭의 다리는 몇 개입니까?

Con vịt có mấy chân?
오리의 다리는 몇 개입니까?

Con gà và con vịt đẻ ra cái gì?
닭과 오리는 무엇을 낳습니까?

Con bò có mấy chân?
소의 다리는 몇 개입니까?

Con lợn có mấy chân?
돼지의 다리는 몇 개입니까?

Con lợn đẻ ra cái gì? Lợn con hay quả trứng?
돼지는 무엇을 낳습니까? 새끼 돼지 아니면 알을 낳습니까?

생각해 보세요

Tháng nào có 28 ngày, các bé hãy tô màu đỏ nhé!
28일이 있는 달은? 빨간색으로 색칠해보세요.

Tháng nào có 30 ngày, các bé hãy tô màu xanh nhé!
30일이 있는 달은? 파란색으로 색칠해보세요.

Tháng nào có 31 ngày, các bé hãy tô màu vàng nhé!
31일이 있는 달은? 노란색으로 색칠해보세요.

1 2 3 4 5
6 7 8 9 10
11 12

Bài 29: Đơn vị đếm đồ vật
물건을 세는 단위

01 Mỗi ngày, con ăn mấy bát (chén) cơm?
하루에 밥을 몇 그릇을 먹니?

Dạ, con ăn *1 bát* (chén) cơm.
저는 하루에 밥 한 그릇씩 먹어요.

02 Mẹ mua cho con *1 lon côca côla* nhé.
엄마 콜라 한 캔 사 주세요.

Uống nhiều cô ca cô la không tốt đâu con.
콜라를 많이 마시면 건강에 안 좋아.

03 Hôm nay con uống *2 ly sữa*.
오늘 저는 우유 2 (두)컵을 마셔요.

Tốt lắm con gái.
잘했어. 우리 딸!

04 Cho con *3 quả táo* nhé mẹ.
엄마! 사과 3개 주세요.

Mẹ sẽ cho con *6 quả*.
엄마가 6개 줄게.

05 Gia đình con có mấy người?
가족이 몇 명이에요?

Gia đình con có *4 người* ạ.
저희 가족은 4명이에요.

Con 동물 명사 앞에 쓴다	con chó 개	con mèo 고양이	con cá 물고기
Cái 무생물 명사 앞에 쓴다	cái bàn 테이블	cái nồi 냄비	cái áo 옷
Tờ 종이 종류 앞에 쓴다	tờ giấy 종이	tờ báo 신문	tờ lịch 달력
Quyển/ Cuốn 책 종류 앞에 쓴다	quyển sách 책	quyển vở 공책	quyển từ điển 사전
Quả/ Trái 과일 앞에 쓴다	quả bưởi 자몽	quả táo 사과	quả đu đủ 파파야

Đơn vị đếm đồ vật
물건을 세는 단위

lon 캔		1 lon	2 lon	3 lon	4 lon
ly 잔		1 ly	2 ly	3 ly	4 ly
quả 개 (과일)		1 quả	2 quả	3 quả	4 quả
người 명		1 người	2 người	3 người	4 người
chén 그릇		1 chén	2 chén	3 chén	4 chén
con 마리		1 con	2 con	3 con	4 con
quyển 권		1 quyển	2 quyển	3 quyển	4 quyển

Luyện nói
베트남어로 말하기 연습

sữa 우유		Có mấy ly *sữa*? 우유 몇 잔이 있어요?
cơm 밥		Có mấy *chén cơm*? 밥 몇 그릇이 있어요?
quả táo 사과		Có mấy *quả táo*? 사과 몇 개 있어요?
người 사람		Có mấy *người*? 사람 몇 명 있어요?
con gà 닭		Có mấy *con gà*? 닭 몇 마리 있어요?
quyển sách 책		Có mấy *quyển sách*? 책이 몇 권 있어요?

Bài 30: Tập Đọc

Gia đình

Xin chào các bạn. Mình tên là Minho. Gia đình mình có tất cả 4 người: ba, mẹ, chị gái và mình.

Ba của mình là bác sĩ, năm nay ba 55 tuổi. Mẹ của mình là cô giáo dạy tiếng Việt, năm nay mẹ 46 tuổi. Chị của mình là học sinh lớp 5, năm nay 12 tuổi. Còn mình là học sinh lớp 3, năm nay 10 tuổi. Mình rất vui vì được làm quen với các bạn.

가족

친구들 안녕. 내 이름은 민호예요. 우리 가족은 모두 4명이에요. 아버지, 어머니, 누나와 나예요. 아버지는 의사이시고 올해 55세이세요. 어머니는 베트남어 교사이시고 올해 46세이세요. 내 누나는 올해 5학년 학생이고 올해 12살이에요. 그리고 나는 3학년 학생이고 올해 10살이에요. 여러분을 알게 되어서 반가워요

농장에 있는 동물들을 색칠해주세요

Em hãy tô màu các con vật trong trang trại

알맞은 것을 골라 바르게 연결하세요

| 1 phút | • | • | 일주일 |

| 1 giờ | • | • | 한 시간 |

| 1 ngày | • | • | 일년 |

| 1 tuần | • | • | 1분 |

| 1 tháng | • | • | 하루 |

| 1 năm | • | • | 한 달 |

수학을 해 볼까요?

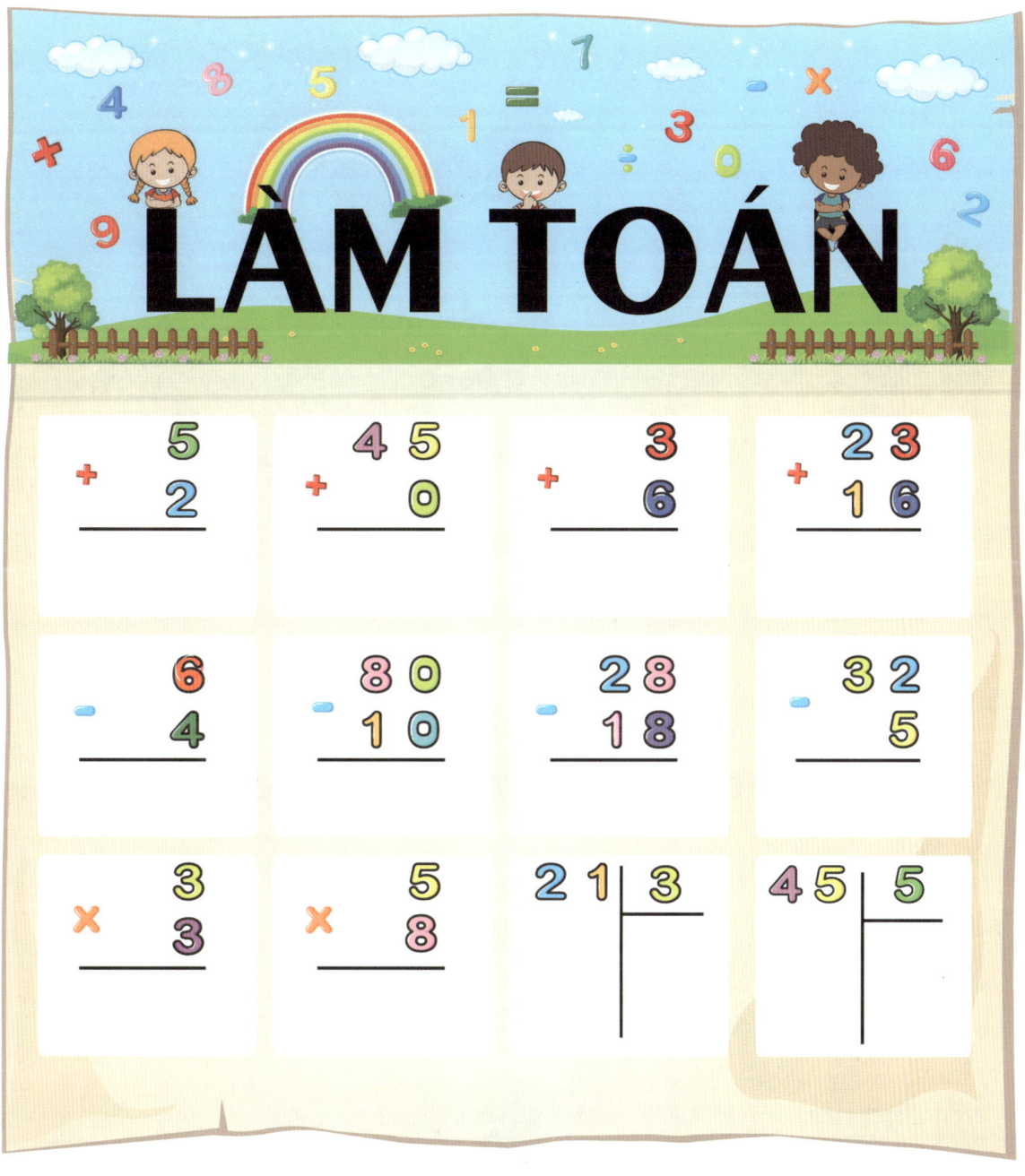

알맞은 것을 골라 바르게 연결하세요

trái lựu	•	석류
trái sầu riêng	•	파파야
trái đu đủ	•	아보카도
trái bơ	•	두리안
trái chôm chôm	•	수박
trái dưa hấu	•	랑부탄

알맞은 것을 골라 바르게 연결하세요

| 빠르다 | 울다 | 크다 | 키가 작다 | 더럽다 |

| Khóc | Dơ | Ngắn | To | Nhanh |

| Dài | Chậm | Cười | Sạch | Nhỏ |

| 느리다 | 깨끗하다 | 길다 | 작다 | 웃다 |

Bài 34: Con gì?
무슨 동물?

01

Đây là con gì?
이 동물은 무슨 동물이에요?

Đây là con mèo.
이 동물은 고양이예요.

Con mèo kêu như thế nào?
고양이가 어떻게 소리를 내요?

Con mèo kêu meo meo.
고양이는 '야옹 야옹' 소리를 내요.

Con mèo thích ăn gì? (xương-cá)
고양이는 뭘 먹는 것을 좋아해요? (뼈- 생선)

02

Đây là con gì?
이 동물은 무슨 동물이에요?

Đây là con chó.
이 동물은 강아지예요.

Con chó kêu như thế nào?
강아지가 어떻게 소리를 내요?

Con chó kêu gâu gâu.
강아지는 '멍멍' 소리를 내요.

Con chó thích ăn cái gì? (xương- trái chuối)
강아지는 뭘 먹는 것을 좋아해요? (뼈-바나나)

Luyện nói
베트남어로 말하기 연습

 Con gấu, con thỏ, con hươu cao cổ, con nào có cái cổ dài nhất ?
곰, 토끼와 기린 중에서 어떤 동물이 목이 가장 길어요?

• To	• Nhỏ	• Dài	• Ngắn	• Con gấu
커요	작아요	길어요	짧아요	곰

• Con chuột	• Con thỏ	• Con hươu cao cổ
쥐	토끼	기린

Luyện nói
베트남어로 말하기 연습

 **Con gì thích ăn mật ong?**
꿀을 좋아하는 동물은?

 **Con chuột, con gấu, con thỏ, con nào to nhất?**
쥐, 곰과 토끼 중에서 어떤 동물이 가장 커요?

Bài 32: Con phải đi nhà vệ sinh
화장실에 가야 해요

01 Con *phải* đi nhà vệ sinh. 저는 화장실에 가야 해요.
Nhà vệ sinh ở đâu vậy mẹ? 엄마! 화장실이 어디에 있어요?
Con đi thẳng, rồi rẽ phải. 쭉 가다가 오른쪽으로 가요.

02 Mẹ ơi! Con khát nước quá. 엄마, 목이 말라요.
Con *phải* uống nước mẹ ạ. 물을 마셔야 해요.
Để mẹ lấy nước cho con. 엄마가 물 갖다 줄게.

03 Mẹ ơi, ngày mai con *phải* đi học sớm.
엄마, 저는 내일 일찍 학교에 가야 해요.
Sao *phải* đi sớm vậy con? 왜 일찍 가야 하니?
Con *phải* đi thư viện ạ. 도서관에 가야 해요.

Luyện nói
베트남어 말하기 연습

Khi nào con phải rửa mặt? 언제 얼굴을 씻어야 하나요?

khi ngủ thức dậy
일어날 때

khi ăn cơm
식사할 때

khi đi ngủ
자러 갈 때

khi đọc sách
책을 읽을 때

Khi nào con phải đi bệnh viện? 언제 병원에 가야 하나요?

khi bị thương
다칠 때

khi học bài
공부할 때

khi bị ốm
아플 때

khi nhận quà
선물을 받을 때

Khi nào con được nhận quà? 언제 선물을 받아요?

khi sinh nhật
생일 때

khi bơi lội
수영할 때

khi câu cá
낚시할 때

khi giáng sinh
크리스마스 때

Bài 33: Đừng lo lắng
걱정하지 마세요

Đừng đùa giỡn.
장난치지 마세요.

Bạn đừng chạy.
뛰지 마세요.

Đừng
~지 마세요.

Mẹ đừng lo.
엄마 걱정하지 마세요.

Đừng bỏ vào miệng.
입에 넣지 마세요.

Đừng đá vào ghế nhé.
발로 의자를 차지 마세요.

Đừng làm ồn.
시끄럽게 하지 마세요.

- **Chạy** 뛰다
- **Khóc** 울다
- **Nói dối** 거짓말하다
- **Đóng cửa** 문을 닫다
- **Quên** 잊다

- **Đi học muộn** 학교에 지각하다

알맞은 것을 골라 바르게 연결하세요

vứt rác		뛰다
đánh nhau		발로 의자를 차다
bỏ vào miệng		싸우다
đùa giỡn		쓰레기를 버리다
đá ghế		장난치다
chạy		입에 넣다

Luyện nói
베트남어로 말해 보세요

vứt rác
쓰레기를 버리다

đá ghế
의자를 (발로) 차다

nắm đuôi mèo
고양이 꼬리를 잡다

Đừng
~지 마세요.

nói dối
거짓말하다

đánh nhau
싸우다

bắt nạt bạn
친구를 괴롭히다

Bài 34: Đâu/ Ở Đâu?
어디/ 어디에서?

01
Mẹ ơi, mẹ mua sữa *ở đâu* vậy?
엄마, 어디에서 우유를 샀어요?

Mẹ mua sữa ở siêu thị con à.
마트에서 우유를 샀어.

02
Em gặp bạn *ở đâu* vậy?
어디에서 친구를 만났어?

Em gặp bạn ở trước nhà.
집 앞에서 친구를 만났어요.

• Mua	• Gặp	• Mượn	• Tiệm bánh	• Siêu thị
사다	만나다	빌리다	빵집	마트

Chị ơi, chị mượn sách *ở đâu* vậy?
언니, 어디에서 책을 빌렸어요?

Chị mượn sách ở thư viện trường.
학교 도서관에서 책을 빌렸어.

Ba ơi, ba mua bánh *ở đâu* vậy? 04
아빠, 어디에서 빵을 샀어요?

Ba mua bánh ở tiệm bánh con à.
빵집에서 샀다.

05 **Bà ơi, bà mua bóng bay này *ở đâu* vậy?**
할머니! 이 풍선은 어디에서 샀어요?

Bà không có mua, chú nào đó đã cho bà.
할머니가 안 샀어요. 어떤 아저씨가 주었어.

알맞은 글을 골라 바르게 쓰세요

sách / nhà

tây / thuốc / tiệm

chơi / tiệm / đồ

tiệm / bánh

Luyện nói
그림을 보고 베트남어로 이야기해 보세요

Mẹ mua sách ở đâu?
엄마는 어디에서 책을 사요?

Ba mua thuốc ở đâu?
아빠는 어디에서 약을 사요?

Bạn đi học ở đâu?
친구는 어디에서 공부해요?

Hiệu sách
서점

Tiệm bánh
빵집

Khi buồn ngủ, bạn ngủ ở đâu?
졸릴 때, 어디서 자요?

Khi xem tivi, bạn ngồi ở đâu?
티비를 볼 때, 어디에 앉아요?

Hiệu thuốc
약국

Phòng khách
거실

Phòng ngủ
침실

Bài 35: Vị trí
위치

Trên 위 — **Dưới** 아래/ 밑 — **Trước** 앞 — **Sau** 뒤

Bên cạnh 옆 — **Trong** 안 — **Ngoài** 밖

Bên trái 왼쪽 — **Bên phải** 오른쪽 — **Ở giữa** 가운데

Hương ơi ! Cái kéo của mình *ở đâu*?
흐엉아! 내 가위가 어디에 있어?

Cái kéo của bạn ở trên bàn học.
네 가위는 책상 위에 있어.

Chị ơi, bút chì của em *ở đâu* ạ?
언니, 제 연필이 어디에 있어요?

Bút chì của em ở dưới bàn học.
네 연필은 책상 아래에 있어.

Em cám ơn chị.
네 고마워요 언니.

Luyện nói
말하기 연습

Trong tủ lạnh có...
냉장고에 .....있어요

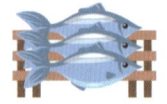

cá
생선

trứng
계란

thịt
고기

sữa
우유

nước
물

kem
아이스크림

dưa hấu
수박

Trên bàn có...
....위에 있어

thước
자

kéo
가위

sách tiếng Việt
베트남어 책

hộp bút
필통

cục tẩy
지우개

con mèo
고양이

Dưới bàn có...
책상 아래에 ....있어요.

bóng
공

đồ chơi
장난감

Bài 36: Ai dạy cho bạn tiếng Việt vậy?
누가 너에게 베트남어를 가르쳐주었어요?

01 Hôm qua, em đã gặp ai?
어제 누구를 만났어?

Dạ em đã gặp bạn ạ.
친구를 만났어요.

02 Ai dạy cho bạn tiếng Việt vậy?
누가 너에게 베트남어를 가르쳐주었어요?

Cô đã dạy cho mình tiếng Việt.
선생님께서 가르쳐주셨어요.

03 Con đã cho ai bịch sô cô la đó?
누구에게 그 초콜릿을 주었니?

Dạ con đã cho bạn rồi ạ.
친구에게 주었어요.

04 Ai dạy con xếp chăn/ mền vậy?
누가 너에게 이불 개는 방법을 알려주었어?

Dạ, mẹ dạy con xếp chăn/ mền ạ.
엄마가 이불 개는 방법을 알려주셨어요.

05 Ngày mai, ai sẽ đi siêu thị với mẹ?
내일 누가 엄마랑 같이 마트에 갈거야?

Dạ, con ạ.
저요.

Luyện nói
말하기 연습

Ai sinh ra con?
너를 낳아준 사람은?

Ai sinh ra bố?
아버지를 낳아준 사람은?

Ông bà nội là bố mẹ của ai?
친할아버지, 친할머니는 누구의 부모입니까?

Ai sinh ra mẹ?
엄마를 낳아준 사람은?

Ông bà ngoại là bố mẹ của ai?
외할아버지, 외할머니는 누구의 부모입니까?

Con vật nào ở trên cao?
높은 곳에 있는 동물은?

Con vật nào ở dưới thấp?
낮은 곳에 있는 동물은?

Con vật nào ở bên trong nước?
(물) 안에 있는 동물은?

Con vật nào ở bên ngoài nước?
(물) 밖에 있는 동물은?

Bài 37: Tiếng Việt khó hay dễ ạ?
베트남어는 어려워요? 아니면 쉬워요?

01

Mẹ ơi, tiếng Việt khó *hay* dễ ạ?
엄마! 베트남어가 어려워요? 아니면 쉬워요?

Tiếng Việt không khó lắm con à.
베트남어는 많이 어렵지 않아요.

02

Ba đi làm hay đi đâu vậy mẹ?
엄마~ 아빠 출근했어요? 아니면 어디에 갔어요?

Ba đi gặp ông con à.
아빠는 할아버지를 만나러 갔어.

03

Mẹ ơi, mẹ thích ăn rau hay ăn thịt?
엄마! 엄마가 야채 먹는 것을 좋아해요? 아니면 고기 먹는 것을 좋아해요?

Mẹ thích hết con à.
엄마는 다 좋아해요.

04 **Con yêu ba hay yêu mẹ?**
너는 아빠 사랑해요? 아니면 엄마 사랑해요?

Con yêu cả ba và mẹ.
저는 아빠 엄마 다 사랑해요.

05 **Chị thích vẽ hay thích đánh đàn piano?**
언니는 그림을 그리는 것을 좋아해요? 아니면 피아노 치는 것을 좋아해요?

Chị thích cả hai.
언니는 둘 다 좋아해요.

• **khó**	• **dễ**	• **đi làm**	• **đi gặp ông**	• **rau**
어렵다	쉽다	출근하다	할아버지 만나러 가다	야채

• **thịt**	• **yêu**	• **vẽ**	• **đánh đàn piano**
고기	사랑하다	그림을 그리다	피아노 치다

알맞은 것을 골라 바르게 연결하세요

đi làm •      • 출근하다

đi học •      • 학교에 가다

đi siêu thị •      • 슈퍼에 가다

đi gặp ông •      • 할아버지를 만나러 가다

đi chơi •      • 놀러 가다

신체 관련 단어를 배울까요?

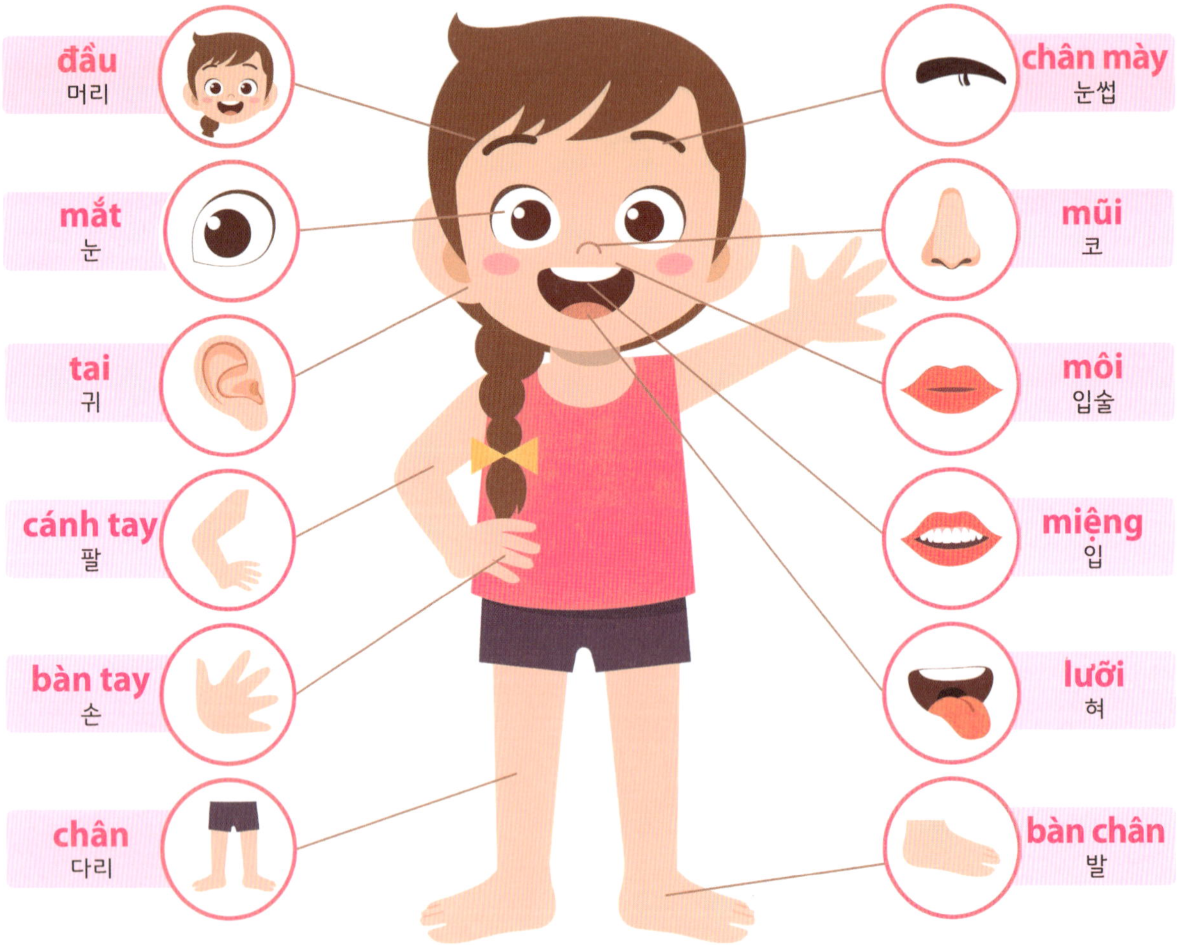

- **đầu** 머리
- **mắt** 눈
- **tai** 귀
- **cánh tay** 팔
- **bàn tay** 손
- **chân** 다리
- **chân mày** 눈썹
- **mũi** 코
- **môi** 입술
- **miệng** 입
- **lưỡi** 혀
- **bàn chân** 발

Bài 38: Thế nào?
어떻게, 어때?

01 Mẹ ơi, chữ này đọc *thế nào* ạ?
엄마, 이 글자는 어떻게 읽어요?

Đọc là 'kẹo bông'.
"깨오봉"이라고 해요.
"깨오봉" = 솜사탕

02 Hôm nay tâm trạng con *thế nào*?
오늘, 기분이 어때요?

Hôm nay là ngày lễ Giáng Sinh, nên con rất hào hứng.
오늘은 크리스마스 날이에요. 그래서 신이 나요.

03 Ba ơi, bài toán này làm *thế nào* ạ?
아빠, 이 수학 문제는 어떻게 풀어요?

Đâu cho ba xem nào.
어디 좀 보자!

04 Bà ơi, thời tiết hôm nay *thế nào* ạ?
할머니 오늘 날씨가 어때요?

Hôm nay chắc trời mưa con à.
오늘 비가 올 것 같아요.

05 Con thấy món này *thế nào*?
이 음식이 어때?

Món này ngon lắm mẹ ạ.
이 음식은 너무 맛있어요. 엄마.

06 **Hôm nay thời thiết *thế nào*?**
오늘 날씨가 어때?

Hôm nay trời mưa ạ.
오늘 비가 와요!

Vậy con mang ô theo nhé.
그럼, 우산을 가져가. 알았지?

Con sẽ mặc áo mưa ạ.
우비를 입을게요.

07 **Trời lạnh quá!**
너무 추워요!

Gió thổi cũng nhiều nữa.
바람도 많이 부네요.

Con mang găng tay vào nha mẹ.
제가 장갑을 낄게요. 엄마.

Con đeo luôn khẩu trang nào.
마스크도 착용해.

Con chuẩn bị xong rồi ạ.
준비 다 끝났어요.

Con coi chừng cảm lạnh nhé!
감기 조심해.

Bài 39: Khi nào?
언제?

01 **Mẹ ơi, *khi nào* mẹ về Việt Nam?**
엄마, 언제 베트남에 갈 거예요?

Ngày 30 tháng 1 mẹ về Việt Nam.
1월 30일에 베트남에 갈 거야.

02 **Chị ơi, *khi nào* mình đi văn phòng phẩm vậy?**
언니, 언제 문구점에 갈 거예요?

Một lát nữa mình đi nhé.
이따가 가자.

03 **Hanna ơi, *khi nào* con đi học?**
한나야, 언제 학교에 가니?

Dạ, thứ hai tuần sau ạ.
다음주 월요일이에요.

04 **Bà ơi, *khi nào* bà đi chợ ạ?**
할머니, 언제 시장에 가요?

15 phút sau bà đi.
15분 후에 갈 거야.

05 **Ông ơi, *khi nào* ông đi mua kẹo ạ?**
할아버지, 언제 사탕을 사러 가요?

Bây giờ ông đi ngay đây.
지금 바로 가요.

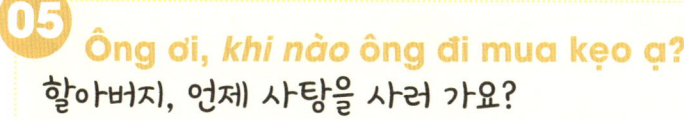

SONG NGỮ HÀN - VIỆT CHO BÉ

옷 관련 단어를 배울까요

Sơ mi dài tay
긴 셔츠

Áo thun
티셔츠

Áo khoác
코트

Quần sọc/ Quần đùi
반바지

Quần
바지

Quần lót
팬티

Sơ mi ngắn tay
반팔 셔츠

Âu phục / Com lê
양복

Váy
치마

Đầm
원피스

Đồ bơi
수영복

Áo lót
속옷

Thắt lưng
허리띠

Găng tay
장갑

Mũ
모자

Dù
우산

Túi xách
가방

Khăn choàng
목도리

Đồng hồ đeo tay
손시계

Cà vạt
넥타이

Kính mắt
안경

Giày
구두

Dây chuyền
목걸이

Vớ/ Tất
양말

Bài 40: # Tập Đọc

Mùa đông đến

Hàn Quốc có 4 mùa. Có mùa xuân, mùa hè, mùa thu và mùa đông. Mùa xuân trời ấm và có hoa nở. Mùa hè trời nóng và có mưa. Mùa thu trời mát và có lá chuyển sang màu vàng. Mùa đông rất lạnh và có tuyết rơi.

Mình sống ở Hàn Quốc. Mình rất thích tuyết. Tại vì khi tuyết rơi mình có thể làm người tuyết và có thể trượt tuyết. Nhưng mà khi tuyết rơi đường đi rất trơn trượt. Các bạn phải cẩn thận khi ra ngoài nhé!

겨울이 옵니다.
한국은 사계절이 있습니다. 봄, 여름, 가을, 겨울이 있습니다.
봄에는 따뜻하고 꽃이 핍니다.
여름에는 날씨가 덥고 비가 옵니다.
가을에은 날씨가 시원하고 단풍이 듭니다.
겨울에은 날씨가 춥고 눈이 옵니다.
저는 한국에 삽니다. 저는 눈을 매우 좋아합니다.
왜냐하면 눈이 오면 눈사람을 만들 수 있고 스키를 탈 수 있기 때문입니다. 그렇지만 눈이 오면 길이 미끄러워집니다. 여러분 밖에 나갈 때 조심해야 합니다.

알맞은 것을 골라 바르게 연결하세요.

áo thun	 🩱	모자
đồng hồ	 👖	손시계
váy	 👒	바지
đồ bơi	 ⌚	치마
nón/ mū	 👗	수영복
quần	 👕	티셔츠

베트남어 읽어 보세요

Mình sống ở 🇰🇷. Mình rất thích ☁️. Tại vì khi tuyết rơi mình có thể làm ⛄ và có thể 🎿. Nhưng mà khi ☁️ đường đi rất 🛷. Các bạn phải cẩn thận khi ra ngoài nhé!

• tuyết	• người tuyết	• trượt tuyết	• trơn trượt	• Hàn Quốc
눈	눈사람	스키를 타다	미끄럽다	한국

Luyện nói
베트남어를 말해 보세요

Ai khám bệnh cho người bị ốm?
아픈 사람을 진찰해 준 사람은?

Bác sĩ làm việc ở đâu?
의사는 어디에서 일해요?

Khi bị ốm, con phải đi đâu để khám bệnh?
아플 때, 어디에 가서 진찰을 받아요?

　　　　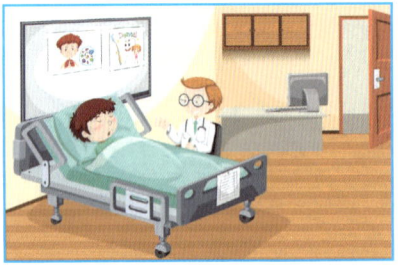

Bệnh viện　　　　**Bác sĩ**　　　　**Khám bệnh**
병원　　　　　　　　의사　　　　　　　진찰하다

알맞은 것을 골라 바르게 연결하세요

mắt	•	•	•	손
đầu	•	•	•	입
mũi	•	•	•	눈
miệng	•	•	•	머리
bàn tay	•	•	•	다리
chân	•	•	•	코
lưỡi	•	•	•	혀

Luyện nói
그림을 보고 베트남어를 말해 보세요

Khi trời mưa bạn phải làm gì?
비가 오면 뭐 해야 해요?

Tại sao con phải che ô khi trời mưa?
왜 비가 올 때 우산을 써야 하나요?

Bé hãy tô màu cho cái nón này!

Khi trời nắng con phải đội cái gì?
햇빛이 들 때 뭐 써야 하나요?

Con đội mũ ở đâu?
어디에 모자를 써요?

Khi làm vỡ lọ hoa của mẹ, bạn phải nói thế nào?
어머니의 꽃병을 깨뜨렸을 때, 뭐라고 말해야 할까요?

Vẽ tiếp bình hoa và trang trí nó

지은이(저자)

주희정(Châu Thùy Trang)
- 2012년 2월 한남대학교 국어국문학과 졸업
- 2020년 2월 한남대학원 국어국문학과 석사학위
- 석사학위논문
  "한국어와 베트남어의 공간 표시 관련 문법 형태 대조 연구"
- 한국어교원자격증 2급
- 한남대 외국어교육원 베트남어 강사
- 대전 시민대학 베트남어 강사
- 짱스쿨 한국어 강사
- 대전지방검찰청 통역
- 금산인삼엑스포 비즈니스 통역
- 베트남어 전문 한국어지도사 3급
- 한국어 베트남어 이중언어 3급
- SBS 모닝와이드 동영상 번역
- 건양대학병원 임상교육 연수 통역
- 다문화플러스센터 어린이 베트남어 강사
- Unica 온라인학원 한국어 강사
- 온라인으로 어린이를 위한 베트남어 강사
- 한남대학교 베트남어 강사
- 한남대학교 한국어 강사
- 우송정보대학교 한국어 강사
- 대덕대학교 한국어 강사

저서

- 주희정과 함께하는 재미있는 한국어
- Cẩm nang luyện thi Topik I 읽기
- Cẩm nang luyện thi Topik II 읽기
- Cẩm nang luyện thi Topik II 듣기
- Chinh phục từ vựng Tiếng Hàn qua 100 chủ đề
- Từ vựng cho người thi Topik 2 (cấp 3~6)
- 베트남어 발음과 성조

쉽게 배우는 베트남어 ②

주희정 지음

CHÂU THUỲ TRANG

2022년 11월 30일 1쇄 인쇄 | 2022년 12월 1일 1쇄 발행

지은이 • 주희정 Châu Thùy Trang
편집 • 대전문화사
표지디자인 • Starbook
녹음 • Châu Thùy Trang
펴낸이 • 정귀영
펴낸곳 • 웃는 나무
주소 • 대전광역시 동구 대전로867번길 52, 507호
전화 • (042)252-7208 | 팩스 • (042)255-7209 | E-mail • ltbooks@hanmail.net
인쇄 • 제본 • 대전문화사

ⓒ 주희정(저작권자와 맺은 특약에 따라 검인을 생략합니다)
ISBN 978-89-93923-40-7

- 이 책은 저자의 개인강의용으로 만들어졌으며, 저작권법에 따라 보호받는 저작물이므로 무단전재와 무단복제를 금지하며, 이 책 내용의 전부 또는 일부를 이용하려면 반드시 저작권자와 웃는나무의 서면동의를 받아야 합니다.

- 이 책의 국립중앙도서관 출판시 도서목록은 서지정보유통지원시스템 홈페이지(http://seoji.nl.go.kr)와 국가자료공동목록시스템(http://www.nl.go.kr/kolisnet)에서 이용하실수 있습니다.

- 잘못된 책은 바꿔드립니다. 책값은 뒤표지에 있습니다.

듣기 파일 File Nghe

값 21000 원
ISBN 978-89-93923-40-7